Impressum
Verlag: BABADADA GmbH, Nedderfeld 112 , 22529 Hamburg
Geschäftsführer / Verlagsleitung: Harald Hof
Druck: Books on Demand GmbH, In de Tarpen 42, 22848 Norderstedt

Imprint
Publisher: BABADADA GmbH, Nedderfeld 112 , 22529 Hamburg, Germany
Managing Director / Publishing direction: Harald Hof
Print: Books on Demand GmbH, In de Tarpen 42, 22848 Norderstedt

學校

trường học

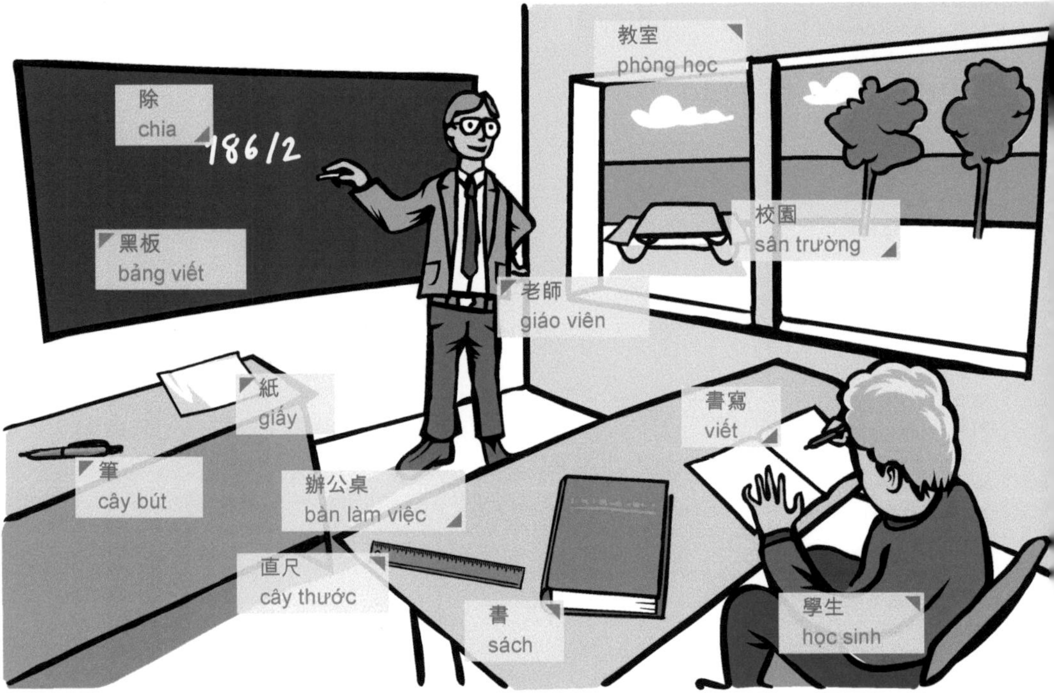

教室
phòng học
除
chia
186/2
黑板
bảng viết
校園
sân trường
老師
giáo viên
紙
giấy
書寫
viết
筆
cây bút
辦公桌
bàn làm việc
直尺
cây thước
書
sách
學生
học sinh

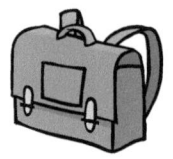

書包

cặp đeo vai học sinh

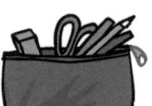

鉛筆盒

hộp đựng bút

鉛筆

bút chì

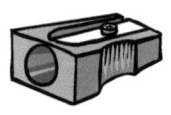

削鉛筆機

cái gọt bút chì

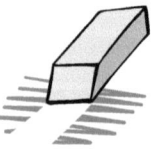

橡皮擦

cục tẩy

畫板

tập giấy vẽ

圖畫
bản vẽ

畫筆
cọ vẽ

顏料盒
hộp mực vẽ

剪刀
cây kéo

膠水
keo dán

練習冊
sách bài tập

家庭作業
bài tập ở nhà

12

數字
số

2+2

加
cộng

5-2

減
trừ

2×2

乘
nhân

計算
tính toán

A

字母
chữ cái

ABCDEFG
HIJKLMN
OPQRSTU
VWXYZ

字母表
bảng chữ cái

hello

字
từ

課文

văn bản

讀

đọc

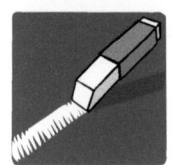

粉筆

phấn viết

上課

bài học

登記

sổ lớp

考試

thi kiểm tra

證書

chứng chỉ

校服

đồng phục học sinh

教育

giáo dục

百科全書

từ điển bách khoa

大學

đại học

顯微鏡

kính hiển vi

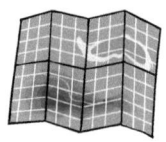

地圖

bản đồ

廢紙簍

thùng rác giấy

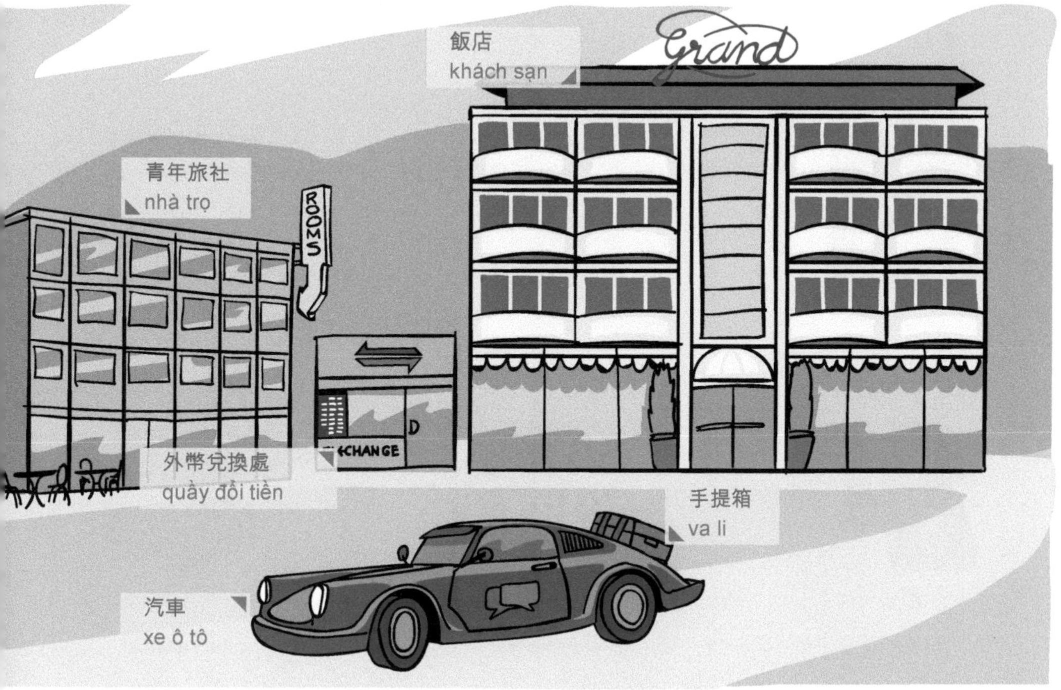

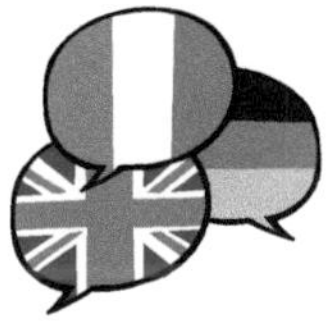

飯店
khách sạn
Grand
青年旅社
nhà trọ
ROOMS
外幣兌換處
quầy đổi tiền
EXCHANGE
手提箱
va li
汽車
xe ô tô

語言
ngôn ngữ

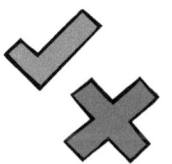

是/否
có / không

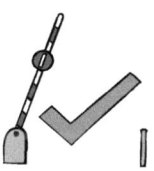

好的
ô kê

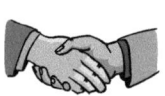

您好
Xin chào

翻譯人員
thông dịch viên

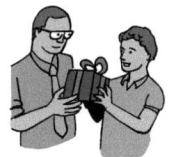

謝謝
cám ơn

......多少錢？

... bao nhiêu tiều?

我不明白

tôi không hiểu

問題

vấn đề

晚上好！

Xin chào! (buổi tối)

早上好！

xin chào! (buổi sáng)

晚安！

chúc ngủ ngon!

再見

tạm biệt

方向

hướng đi

行李

hành lý

包

túi xách

背包

túi ba lô

客人

khách

房間

phòng

睡袋

túi ngủ

帳篷

lều

旅行資訊

thông tin du lịch

海灘

bãi biển

信用卡

thẻ tín dụng

早餐

ăn sáng

午餐

ăn trưa

晚餐

ăn tối

票

vé xe

電梯

thang máy

郵票

tem bưu điện

邊界

biên giới

海關

hải quan

大使館

đại sứ quán

簽證

thị thực

護照

hộ chiếu

交通運送

vận chuyển

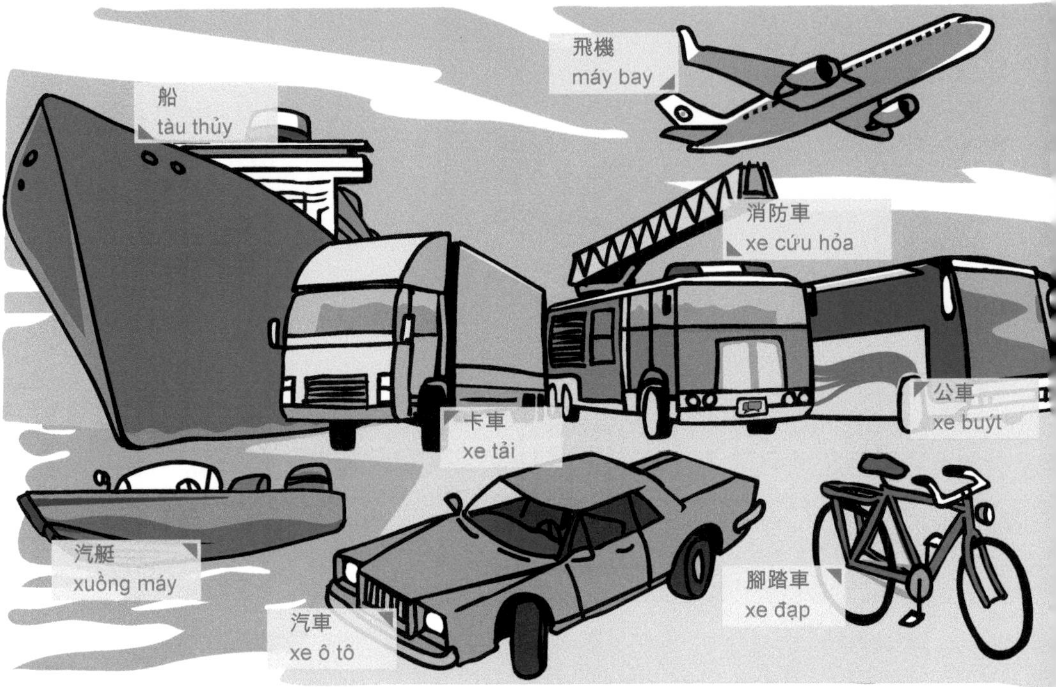

飛機
máy bay
船
tàu thủy
消防車
xe cứu hỏa
公車
xe buýt
卡車
xe tải
汽艇
xuồng máy
腳踏車
xe đạp
汽車
xe ô tô

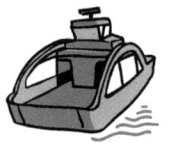

渡輪

phà

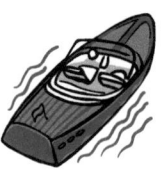

小船

xuồng

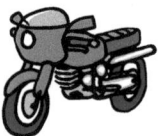

機車

xe máy

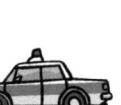

警車

xe cảnh sát

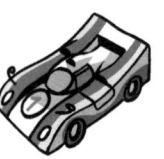

賽車

xe đua

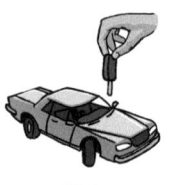

租車

xe cho thuê

拼車

dịch vụ thuê xe tự lái

拖車

xe kéo cứu hộ

垃圾車

xe rác

馬達

động cơ

汽油

xăng

加油站

trạm xăng

交通標識

biển báo giao thông

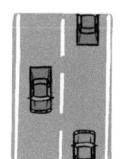

交通

giao thông

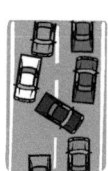

交通堵塞

ách tắc giao thông

停車場

bãi đậu xe

火車站

nhà ga

軌道

đường ray

火車

xe lửa

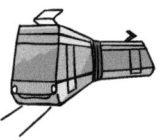

路面電車

tàu điện

客車廂

toa xe

直升機

máy bay trực thăng

機場

sân bay

塔

tháp

乘客

hành khách

集裝箱

côngtenơ

紙板箱

thùng các-tông

手推車

xe đẩy

籃子

cái giỏ

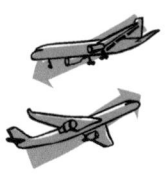

起飛/降落

cất cánh / hạ cánh

城市

thành phố

村莊

làng

市中心

trung tâm thành phố

房子

nhà

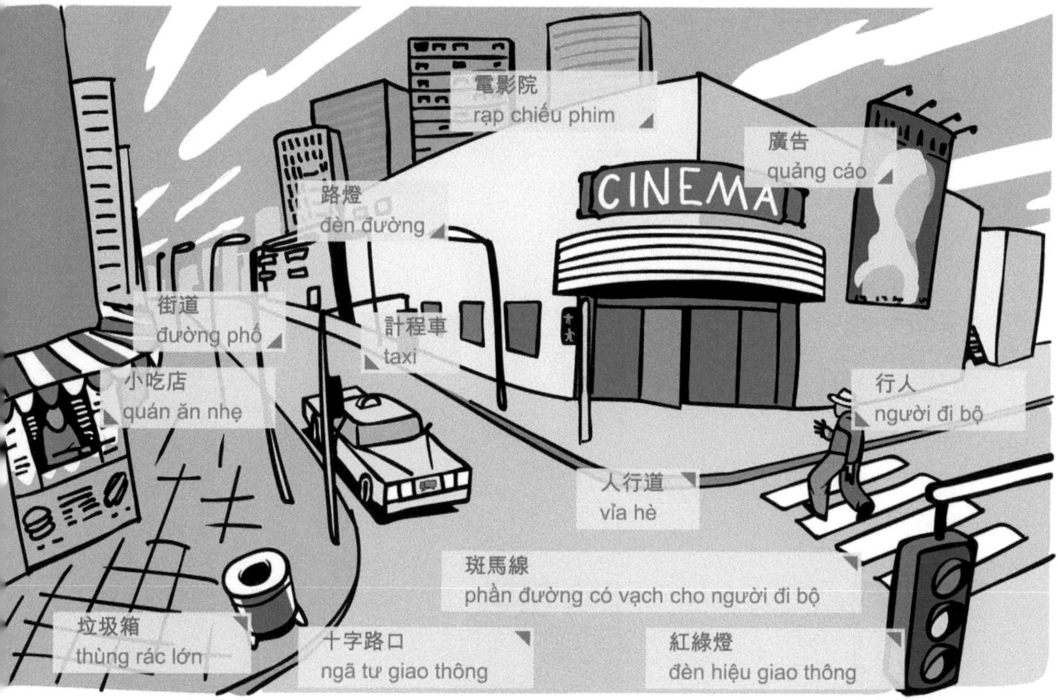
電影院
rạp chiếu phim
廣告
quảng cáo
CINEMA
路燈
đèn đường
街道
đường phố
計程車
taxi
小吃店
quán ăn nhẹ
行人
người đi bộ
人行道
vỉa hè
斑馬線
phần đường có vạch cho người đi bộ
垃圾箱
thùng rác lớn
十字路口
ngã tư giao thông
紅綠燈
đèn hiệu giao thông

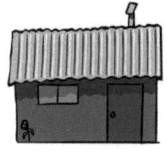

小屋

nhà chòi

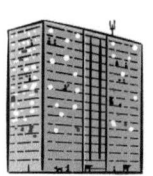

公寓

căn hộ

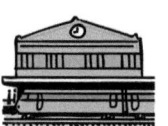

火車站

nhà ga

市政廳

tòa thị chính

MUSEUM

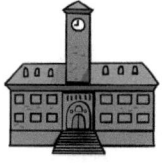

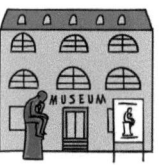

博物館

viện bảo tàng

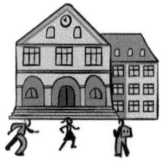

學校

trường học

大學

đại học

銀行

ngân hàng

醫院

bệnh viện

飯店

khách sạn

藥房

hiệu thuốc

辦公室

văn phòng

書店

hiệu sách

商店

cửa hiệu

花店

cửa hiệu bán hoa

超市

siêu thị

市場

chợ

百貨商店

cửa hàng bách hóa

魚店

người bán cá

購物中心

trung tâm mua bán

海港

bến cảng

公園

công viên

長凳

ghế băng

橋

cầu

樓梯

cầu thang

捷運

tàu điện ngầm

隧道

đường hầm

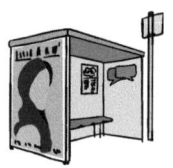

公車站

trạm xe buýt

酒吧

quán bar

餐館

khách sạn

郵筒

hòm thư công cộng

路標

bảng hiệu đường

停車計時器

đồng hồ đậu xe

動物園

vườn bách thú

游泳池

bể bơi

清真寺

nhà thờ Hồi giáo

農場

nông trại

污染

ô nhiễm môi trường

墓地

nghĩa trang

教堂

nhà thờ

操場

sân chơi

寺廟

ngôi đền

地形

phong cảnh

樹葉
lá cây

指示牌
bảng chỉ đường

路
lối đi

草地
bãi cỏ

石頭
hòn đá

樹
cây

徒步旅行者
người đi bộ đường dài

河
sông

草
cỏ

花
bông hoa

峽谷

thung lũng

丘陵

đồi

湖

hồ nước

森林

rừng

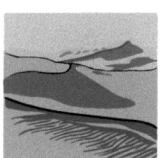

沙漠

sa mạc

火山

núi lửa

城堡

lâu đài

彩虹

cầu vồng

蘑菇

nấm

棕櫚樹

cây cọ

蚊子

con muỗi

蒼蠅

con ruồi

螞蟻

con kiến

蜜蜂

con ong

蜘蛛

con nhện

甲蟲

bọ cánh cứng

青蛙

con ếch

松鼠

con sóc

刺蝟

con nhím

野兔

con thỏ

貓頭鷹

con cú

鳥

con chim

天鵝

thiên nga

野豬

heo rừng

鹿

con hươu

麋鹿

nai sừng tấm

水壩

đê

風力發電機

tuabin gió

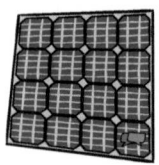

太陽能電池板

tấm năng lượng mặt trời

氣候

khí hậu

餐館
khách sạn

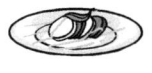

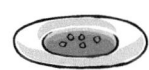

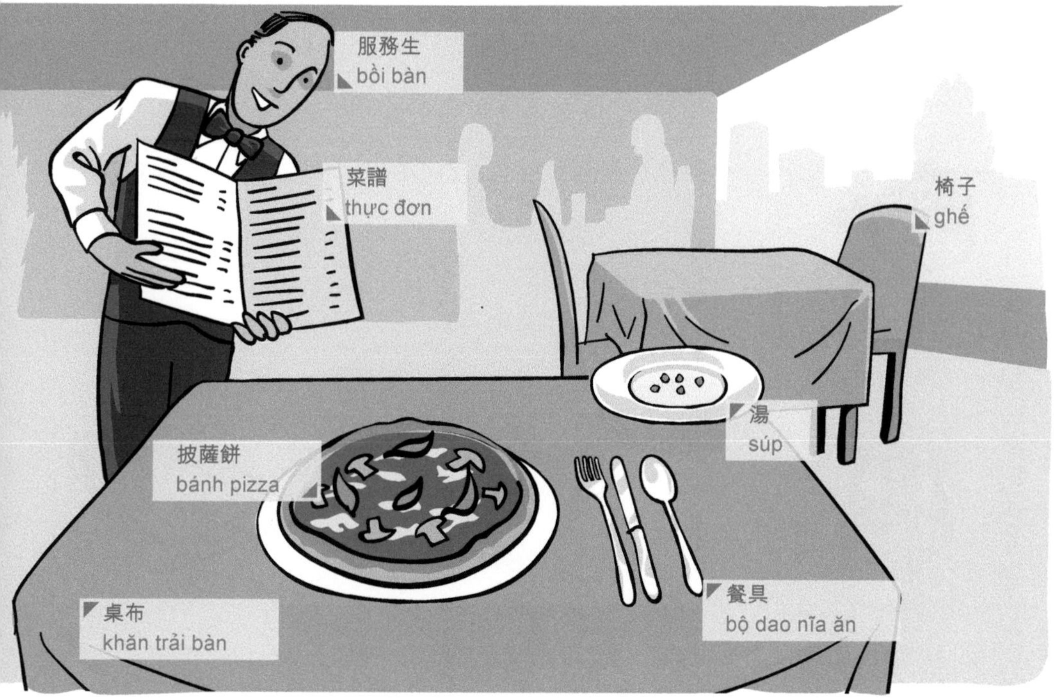
服務生
bồi bàn
菜譜
thực đơn
椅子
ghế
湯
súp
披薩餅
bánh pizza
餐具
bộ dao nĩa ăn
桌布
khăn trải bàn

前菜

món ăn khai vị

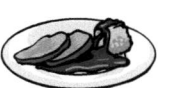

主菜

món ăn chính

甜點

món tráng miệng

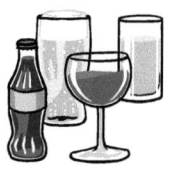

飲料

thức uống

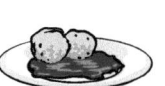

食物

thức ăn

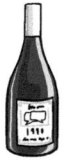

瓶子

cái chai

速食

thức ăn nhanh

街邊小吃

thức ăn đường phố

茶壺

ấm trà

糖盒

hộp đường

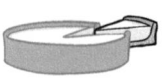

一份飯菜

khẩu phần

義式咖啡機

máy pha espresso

高腳椅

ghế cao

帳單

hóa đơn

托盤

khay

刀

dao

餐叉

nĩa

勺子

thìa

茶匙

thìa uống trà

餐巾

khăn ăn

玻璃杯

cốc thủy tinh

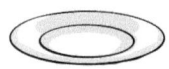

碟子
·····················
đĩa

湯盤
·····················
đĩa súp

碟子
·····················
đĩa lót cốc

醬
·····················
nước sốt

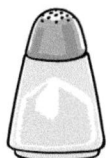

鹽瓶
·····················
lọ muối

胡椒研磨罐
·····················
cái xay tiêu

醋
·····················
giấm

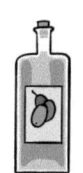

食用油
·····················
dầu

調味料
·····················
gia vị

番茄醬
·····················
nước xốt cà chua

芥末
·····················
tương hạt cải

美乃滋
·····················
nước sốt mayonnaise

超市

siêu thị

特價
chào giá đặc biệt
FOR
顧客
khách hàng
乳製品
sản phẩm từ sữa
水果
trái cây
購物車
xe đẩy mua sắm

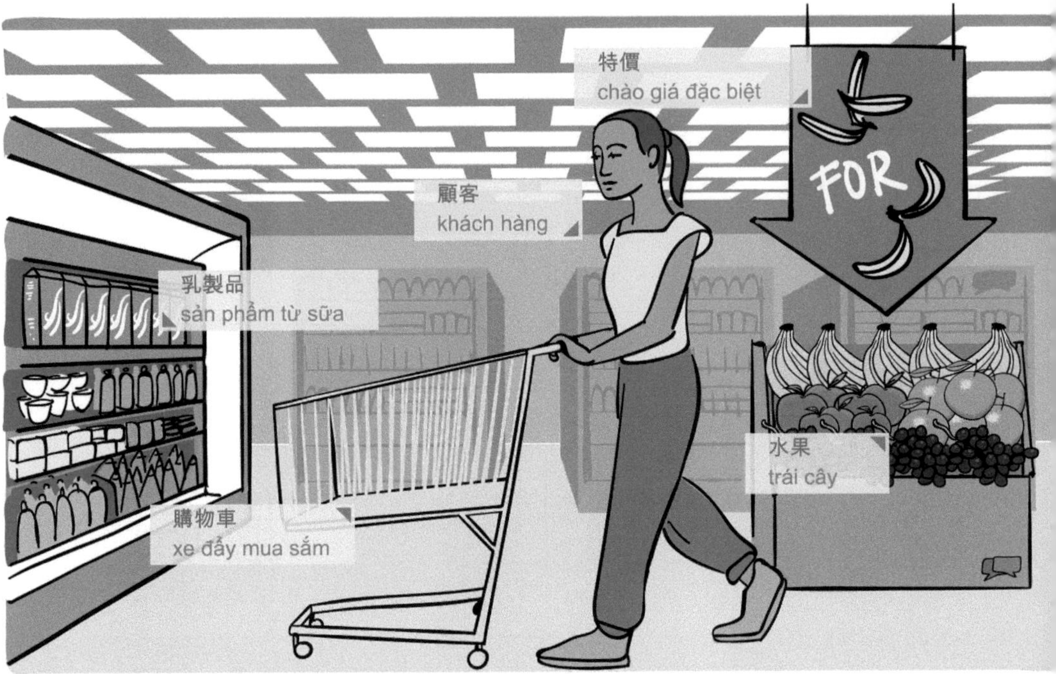

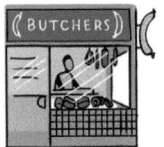

BUTCHERS

肉鋪

lò mổ

BAKERY

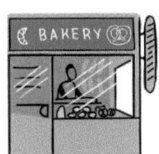

麵包店

cửa hiệu bán bánh mì

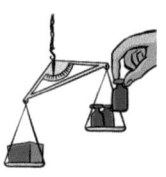

稱重

cân nặng

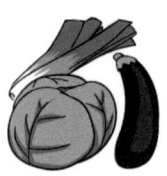

蔬菜

rau quả

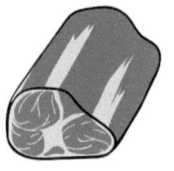

肉

thịt

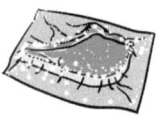

冷凍食品

thức ăn đông lạnh

冷盤

lát thịt nguội

罐頭食品

đồ hộp

洗衣粉

bột giặt

甜食

đồ ngọt

日用品

sản phẩm dùng trong gia
đình

清潔用品

chất tẩy rửa

銷售員

người bán hàng

收銀機

quầy trả tiền

收銀員

nhân viên thu ngân

購物清單

danh sách mua sắm

開放時間

giờ mở cửa

錢包

ví tiền

信用卡

thẻ tín dụng

袋子

túi đeo

塑膠袋

túi ny lông

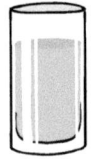

水

nước

果汁

nước quả ép

牛奶

sữa

可樂

coca-cola

紅酒

rượu vang

啤酒

bia

酒

cồn

可可

cacao

茶

trà

咖啡

cà phê

義式濃縮咖啡

espresso

卡布奇諾

cappuccino

香蕉

chuối

蘋果

quả táo

柳丁

quả cam

西瓜

dưa hấu

檸檬

chanh

胡蘿蔔

cà rốt

大蒜

tỏi

竹子

tre

洋蔥

củ hành

蘑菇

nấm

堅果

hạt dẻ

麵條

mì

義大利麵

mì spaghetti

米飯

cơm

沙拉

xà lách

薯條

khoai tây chiên

炸馬鈴薯

khoai tây chiên

披薩餅

bánh pizza

漢堡

bánh hamburger

三明治

bánh mì sandwich

炸豬排

thịt côtlet

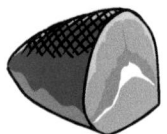

火腿

thịt giăm bông

義大利臘腸

xúc xích

香腸

dồi

雞肉

gà

烤肉

rán

魚

cá

燕麥片

cháo yến mạch

木斯里

cháo muesli

玉米片

bánh bột ngô nướng

麵粉

bột mì

牛角麵包

bánh sừng bò

麵包捲

bánh mì

麵包

bánh mì

吐司

bánh mì nướng

餅乾

bánh bích quy

奶油

bơ

凝乳

sữa đông

蛋糕

bánh ngọt

蛋

trứng

煎蛋

trứng rán

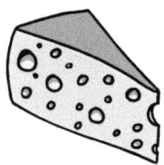

起司

pho mát

冰淇淋

kem

糖

đường

蜂蜜

mật ong

果醬

mứt

巧克力醬

kem nougat

咖哩

cà ri

農場
nông trại

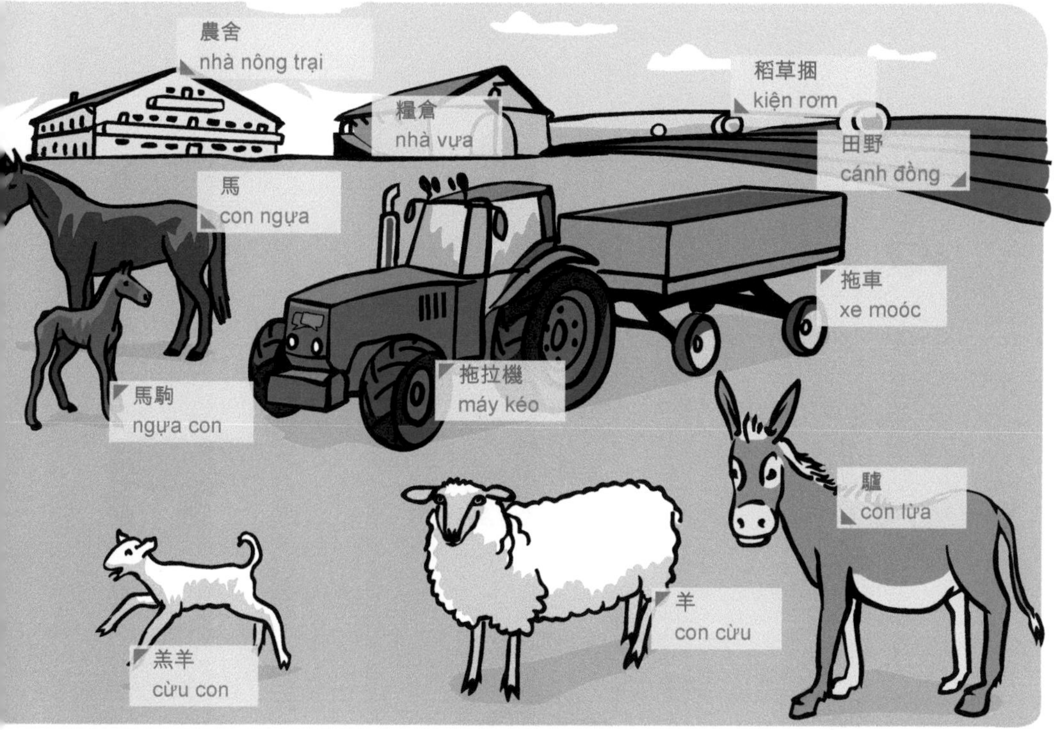

農舍
nhà nông trại
糧倉
nhà vựa
稻草捆
kiện rơm
田野
cánh đồng
馬
con ngựa
拖車
xe moóc
拖拉機
máy kéo
馬駒
ngựa con
驢
con lừa
羊
con cừu
羔羊
cừu con

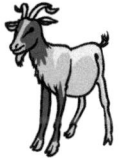

山羊

con dê

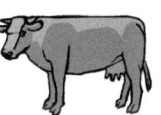

奶牛

con bò

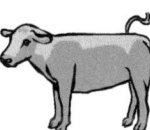

小牛

con bê

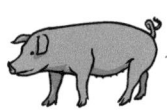

豬

con lợn

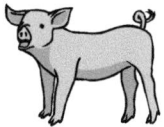

小豬

lợn con

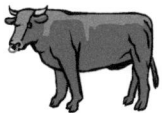

公牛

bò đực

鵝

con ngỗng

鴨

con vịt

小雞

gà con

母雞

gà mái

公雞

gà trống

鼠

con chuột

貓

mèo

老鼠

chuột nhắt

牛

bò đực

狗

con chó

狗屋

nhà chuồng chó

花園澆水軟管

ống tưới vườn cây

澆水壺

thùng tưới cây

長柄大鐮刀

lưỡi hái

犁

cái cày

鐮刀

cái liềm

鋤頭

cái cuốc

長柄草耙

cái chĩa

斧頭

cái rìu

獨輪手推車

xe cút kít

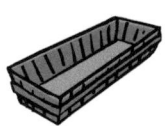

飼料槽

máng ăn

牛奶罐

lọ sữa

麻布袋

bao tải

柵欄

hàng rào

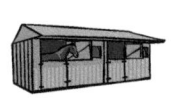

馬廄

chuồng

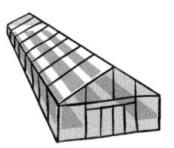

溫室

nhà kính trồng cây

土壤

đất trồng

種子

hạt giống

肥料

phân bón

聯合收割機

máy gặt đập liên hợp

收割

thu hoạch

收割

mùa thu hoạch

地瓜

khoai lang

小麥

lúa mì

大豆

đậu nành

土豆

khoai tây

玉米

ngô

油菜籽

hạt cải dầu

果樹

cây ăn trái

樹薯

sắn

穀物

ngũ cốc

房子

nhà

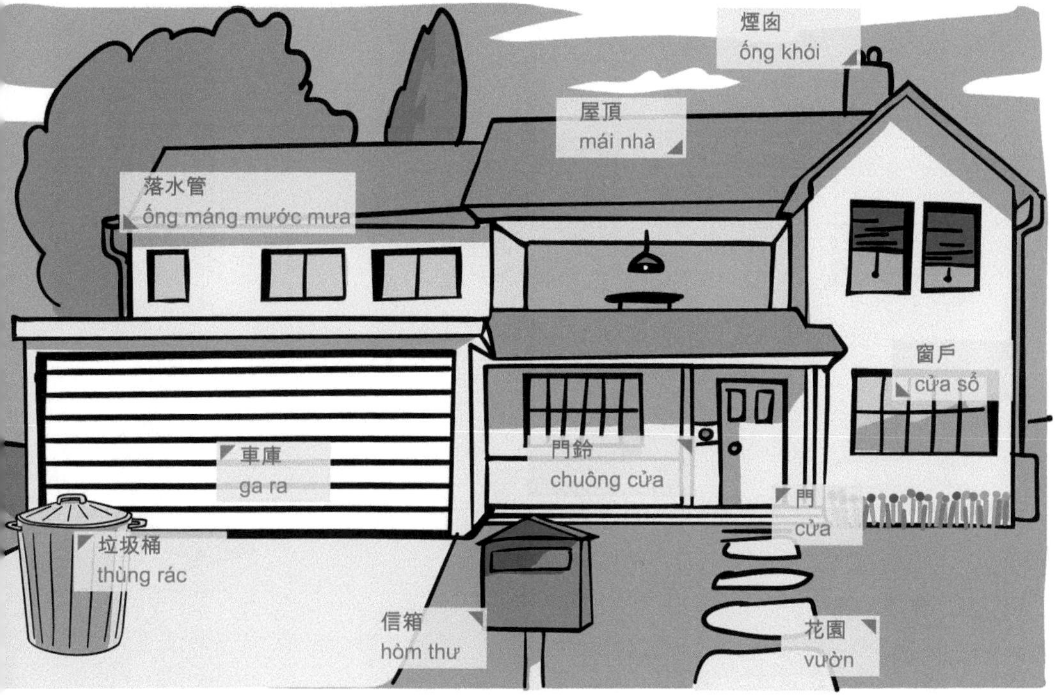

煙囪
ống khói
屋頂
mái nhà
落水管
ống máng mước mưa
窗戶
cửa sổ
車庫
ga ra
門鈴
chuông cửa
門
cửa
垃圾桶
thùng rác
信箱
hòm thư
花園
vườn

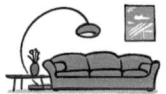

客廳

phòng khách

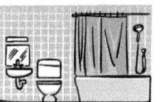

浴室

phòng tắm

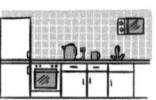

廚房

bếp

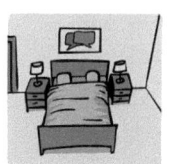

臥室

phòng ngủ

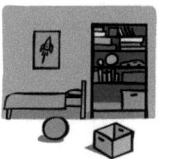

兒童房

phòng trẻ em

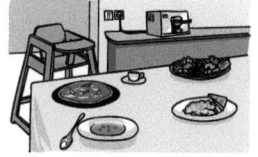

餐廳

phòng ăn

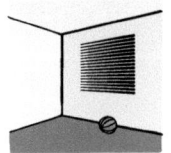

地板
nền nhà

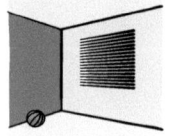

牆壁
tường

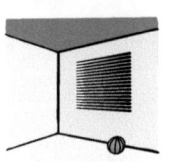

天花板
trần nhà

地窖
tầng hầm

三溫暖
tắm hơi

陽臺
ban công

露臺
sân hiên

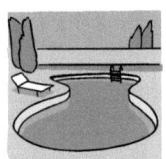

游泳池
bể bơi

割草機
máy cắt cỏ

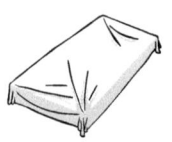

被單
khăn trải giường

床罩
khăn trải giường

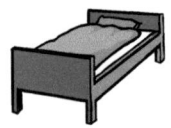

床
giường

掃帚
chổi

水桶
cái xô

開關
công tắc điện

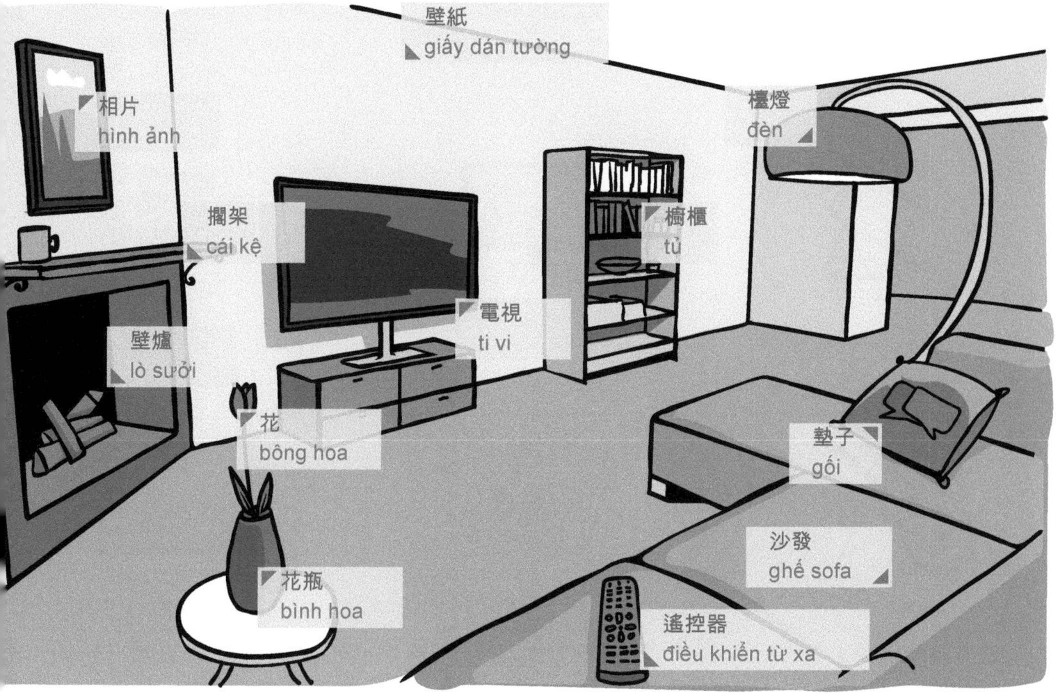

壁紙
giấy dán tường

相片
hình ảnh

檯燈
đèn

擱架
cái kệ

櫥櫃
tủ

電視
ti vi

壁爐
lò sưởi

花
bông hoa

墊子
gối

沙發
ghế sofa

花瓶
bình hoa

遙控器
điều khiển từ xa

地毯
thảm

窗簾
rèm

餐桌
cái bàn

椅子
ghế

搖椅
ghế bập bênh

扶手椅
ghế bành

書
sách

毯子
cái chăn

裝飾品
đồ trang trí

木柴
củi

電影
phim

高傳真音響
máy hi-fi

鑰匙
chìa khóa

報紙
báo

油畫
bức tranh

海報
áp phích

收音機
radio

筆記本
sổ ghi chép

吸塵器
máy hút bụi

仙人掌
cây xương rồng

蠟燭
cây nến

廚房
bếp

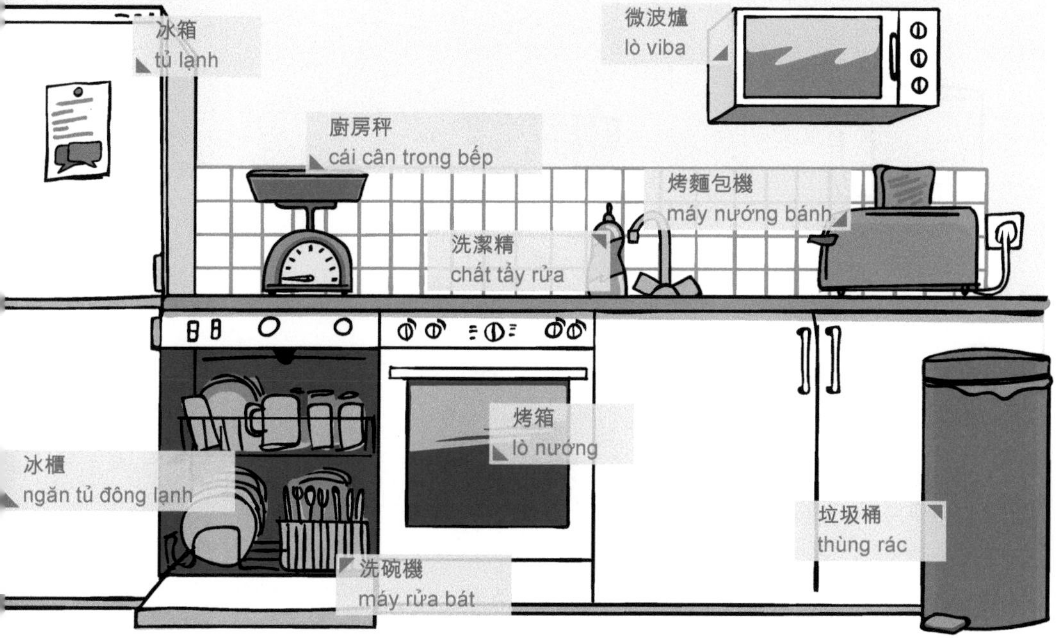
冰箱
tủ lạnh
微波爐
lò viba
廚房秤
cái cân trong bếp
烤麵包機
máy nướng bánh
洗潔精
chất tẩy rửa
烤箱
lò nướng
冰櫃
ngăn tủ đông lạnh
垃圾桶
thùng rác
洗碗機
máy rửa bát

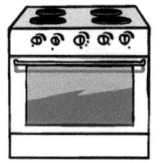

炊具

lò nấu

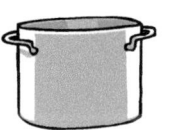

鍋

nồi

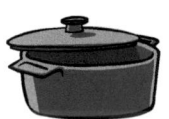

鑄鐵鍋

nồi sắt

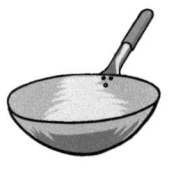

炒鍋

chảo

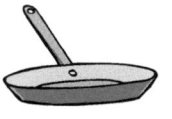

平底鍋

chảo

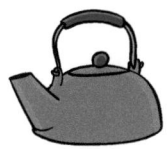

水壺

ấm đun nước

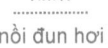

蒸鍋

nồi đun hơi

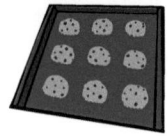

烤盤

khay lò nướng

陶瓷鍋

bát đĩa

馬克杯

cốc

碗

cái bát

筷子

đũa

長柄勺

cái vá

鏟子

bàn xẻng

攪拌器

que đánh kem

濾網

rây dùng trong bếp

篩子

cái rây lọc

磨碎機

cái nạo

研缽

vữa

燒烤

vỉ nướng

明火

ngọn lửa trần

菜板
cái thớt

擀麵杖
trục cán bột

開瓶器
cái mở nút chai

罐子
vỏ đồ hộp

開罐器
cái mở vỏ đồ hộp

隔熱手套
miếng nhấc nồi

水槽
bồn rửa bát

刷子
bàn chải

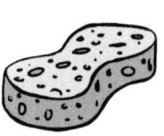

海綿
miếng xốp

攪拌機
máy xay

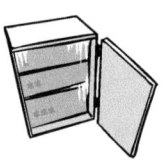

冷藏箱
tủ đông lạnh

奶瓶
bình sữa cho trẻ sơ sinh

水龍頭
vòi nước

浴室
phòng tắm

供暖裝置
lò sưởi

淋浴
vòi hoa sen

毛巾
khăn lau

浴簾
rèm che ngăn tắm

泡沫浴
tắm bọt

浴缸
bồn tắm

玻璃杯
cốc thủy tinh

洗衣機
máy giặt

水龍頭
vòi nước

瓷磚
gạch lát

便壺
cái bô

水槽
bồn rửa bát

廁所

bồn cầu

蹲便器

bồn cầu ngồi xổm

坐浴器

bồn rửa hậu môn

小便斗

bồn tiểu tiện

廁紙

giấy vệ sinh

馬桶刷

bàn chải cọ bồn cầu

牙刷

bàn chải đánh răng

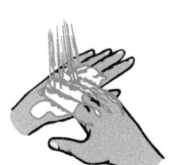

牙膏

kem đánh răng

牙線

chỉ nha khoa

洗

rửa

手持式蓮蓬頭

vòi sen cầm tay

沖洗器

vòi rửa hậu môn

洗臉盆

bồn rửa

洗背刷

bàn chải cọ lưng

肥皂

xà phòng

沐浴露

sữa tắm

洗髮乳

dầu gội

法蘭絨

khăn cọ để tắm

排水

lỗ thoát nước

乳霜

kem

除臭劑

chất khử mùi

鏡子
gương

手鏡
gương tay

刮鬚刀
dao cạo râu

刮鬚泡沫
kem cạo râu

鬚後水
nước thơm dùng sau khi
cạo râu

梳子
cái lược

刷子
bàn chải

吹風機
máy xấy tóc

噴髮定型劑
keo xịt tóc

化妝品
đồ trang điểm

唇膏
thỏi son môi

指甲油
sơn bôi móng

化妝棉
bông

指甲剪
kéo cắt móng

香水
nước hoa

洗漱包

túi đựng đồ tắm

凳子

ghế đầu

計重秤

cái cân

浴袍

áo choàng tắm

橡膠手套

găng tay làm vệ sinh

衛生棉條

nút gạc

衛生棉

băng vệ sinh

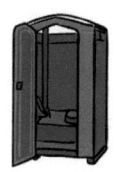

化學廁所

nhà vệ sinh hóa chất

兒童房

phòng trẻ em

鬧鐘
đồng hồ báo thức
毛絨玩具
thú bông
玩具車
xe đồ chơi
撥浪鼓
cái lúc lắc
玩具屋
nhà búp bê
禮物
món quà

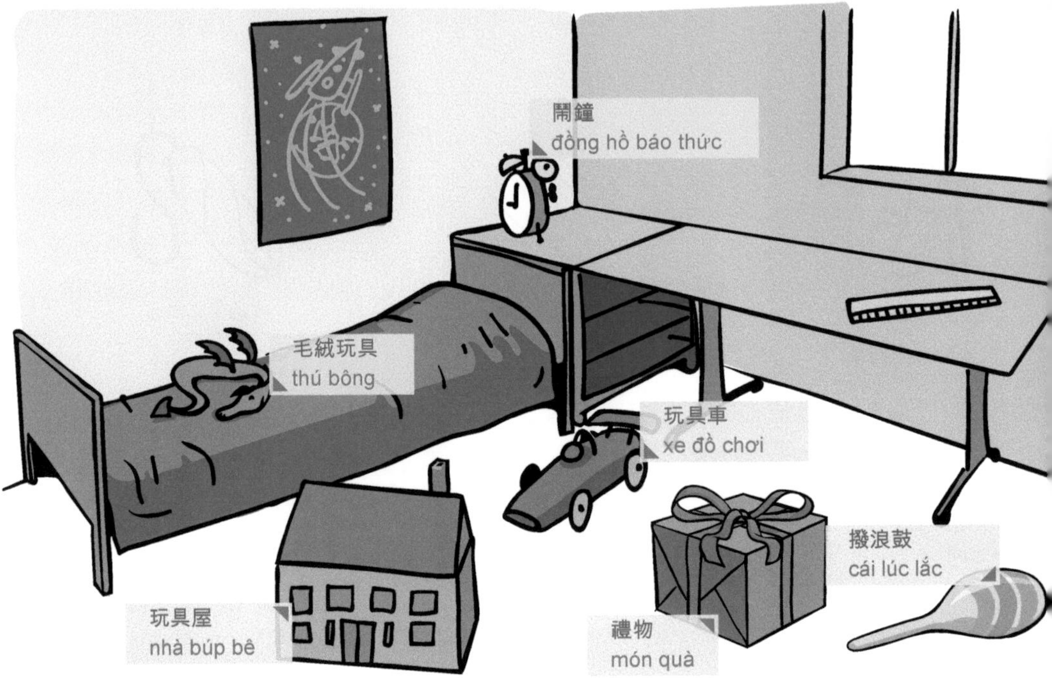

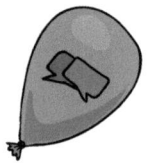

氣球

bong bóng

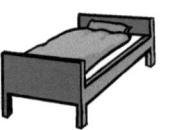

床

giường

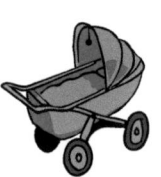

嬰兒車

xe nôi

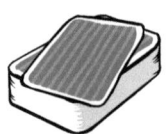

撲克牌

trò chơi bài

拼圖

trò chơi ghép hình

SUPER
MEGA

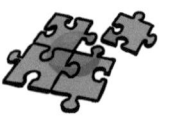

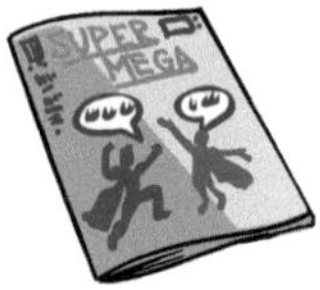

漫畫

truyện tranh

樂高積木

gạch Lego

積木玩具

khối xếp hình

公仔

nhân vật hành động

嬰兒服

o liền quần cho trẻ sơ sinh

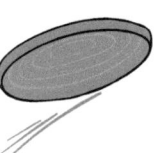

飛盤

đĩa nhựa để ném

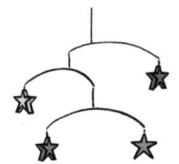

床鈴玩具

đồ chơi treo trên giường

棋盤遊戲

trò chơi cờ bàn

骰子

xúc xắc

火車模型

đồ chơi xe lửa mô hình

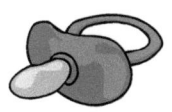

安撫奶嘴

ti giả

派對

buổi tiệc

繪本

sách tranh

球

quả bóng

洋娃娃

búp bê

玩

chơi

沙坑

hố cát

鞦韆

cái đu

玩具

đồ chơi

電玩遊戲

máy chơi game cầm tay

三輪車

xe ba bánh

泰迪熊

gấu bông

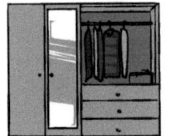

衣櫃

tủ quần áo

衣服
y phục

襪子

bít tất

長襪

bít tất dài

緊身褲

quần tất

圍巾
khăn choàng cổ

雨傘
ô che mưa

皮帶
dây thắt lưng

T恤
áp phông

靴子
ủng

拖鞋
dép đi trong nhà

運動鞋
giày sneaker

涼鞋
dép xăng đan

鞋
giày

雨靴
ủng cao su

內褲
quần lót

胸罩
áo ngực

背心
áo vest

衣服 - y phục   45

身體
áo ôm sát cơ thể

褲子
quần dài

牛仔褲
quần bò

短裙
váy

女式襯衫
áo cánh

襯衫
áo sơ mi

套頭衫
áo len chui đầu

連帽上衣
áo len

西裝夾克
áo blazer

夾克
áo jacket

外套
áo khoác

雨衣
áo mưa

套裝
trang phục

連衣裙
áo váy

婚紗
áo cưới

西裝
bộ com lê

睡袍
áo ngủ

睡衣
pijama

莎麗
trang phục sari

頭巾
khăn trùm đầu

包頭巾
khăn đội đầu

波卡
áo burka

卡夫坦
áo captan

(阿拉伯式)長袍
áo aba

泳衣
quần áo bơi

男式泳褲
quần bơi

短褲
quần đùi

運動服
quần áo tracksuit

圍裙
tạp dề

手套
găng tay

衣服 - y phục

鈕扣

cái cúc

眼鏡

kính mắt

手鏈

vòng đeo tay

項鍊

vòng cổ

戒指

nhẫn

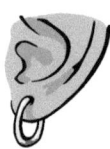

耳環

hoa tai

便帽

mũ lưỡi trai

衣架

cái mắc treo áo quần

帽子

mũ

領帶

cà vạt

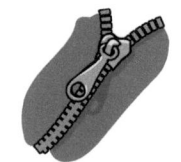

拉鍊

dây kéo phéc mơ tuya

安全帽

mũ bảo hiểm

背帶

dây đeo quần

校服

đồng phục học sinh

制服

đồng phục

圍兜
yếm trẻ em

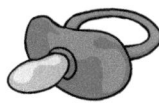

安撫奶嘴
ti giả

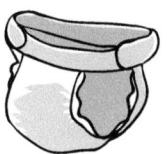

尿布
tã lót

辦公室
văn phòng

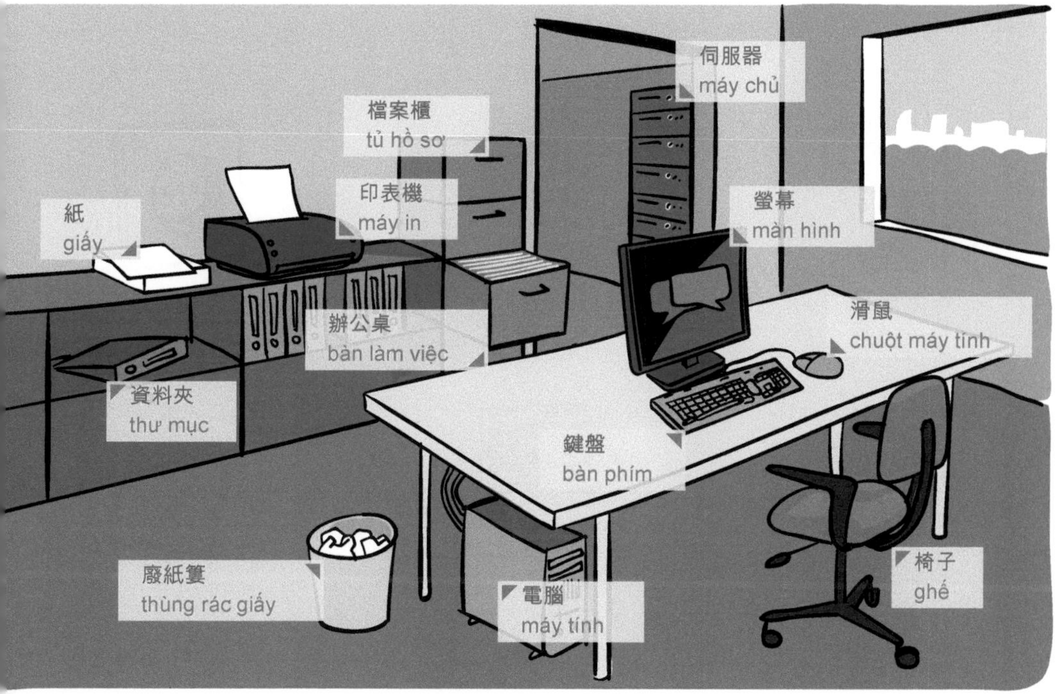

伺服器
máy chủ

檔案櫃
tủ hồ sơ

印表機
máy in

紙
giấy

螢幕
màn hình

辦公桌
bàn làm việc

滑鼠
chuột máy tính

資料夾
thư mục

鍵盤
bàn phím

廢紙簍
thùng rác giấy

電腦
máy tính

椅子
ghế

咖啡杯
cốc cà phê

計算機
máy tính bỏ túi

網際網路
internet

筆記型電腦

laptop

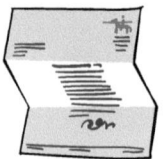

信件

thư

簡訊

tin nhắn

行動電話

điện thoại di động

網路

mạng

影印機

máy photocopy

軟體

phần mềm

電話

điện thoại

插座

ổ cắm điện

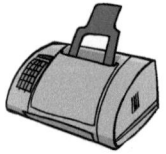

傳真機

máy fax

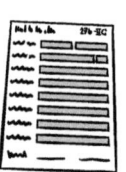

表格

mẫu đơn

檔案

chứng từ

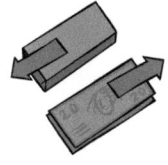

買

mua

付錢

trả tiền

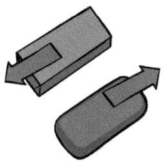

交易

buôn bán

現金

tiền

美元

đô la

歐元

Euro

日元

yên

盧布

rúp

瑞士法郎

franc Thụy Sĩ

人民幣

nhân dân tệ

盧比

rupi

提款處

máy rút tiền tự động

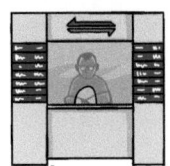

外幣兌換處

quầy đổi tiền

金

vàng

銀

bạc

石油

dầu

能源

năng lượng

價格

giá tiền

合約

hợp đồng

稅金

thuế

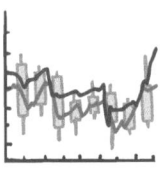

股票

cổ phiếu

工作

làm việc

職員

nhân viên

老闆

chủ lao động

工廠

nhà máy

商店

cửa hiệu

警官
nhân viên cảnh sát

消防員
lính cứu hỏa

廚師
đầu bếp

醫師
bác sĩ

飛行員
phi công

園丁

người làm vườn

木匠

thợ mộc

裁縫

thợ may

法官

chánh án

化學家

nhà hóa học

演員

diễn viên

公車司機

tài xế xe buýt

計程車司機

người lái taxi

漁夫

ngư dân

清洗女工

người lau dọn vệ sinh

屋頂工

thợ lợp mái nhà

服務生

bồi bàn

獵人

thợ săn

畫家

họa sĩ

麵包師

thợ làm bánh

電工

thợ điện

建築工人

thợ xây dựng

工程師

kỹ sư

屠夫

người hàng thịt

水管工

thợ sửa ống nước

郵差

người đưa thư

士兵

người lính

建築師

kiến trúc sư

收銀員

nhân viên thu ngân

花農

người bán hoa

理髮師

thợ cắt tóc

售票員

nhân viên soát vé

機械技師

thợ cơ khí

船長

thuyền trưởng

牙醫

nha sĩ

科學家

nhà khoa học

拉比

giáo sĩ Do thái

伊瑪目

lãnh tụ Hồi giáo

和尚

nhà sư

牧師

mục sư

工具

dụng cụ

鐵錘
cây búa
鉗子
kìm
螺絲起子
tua vít
扳手
cờ lê
手電筒
đèn pin

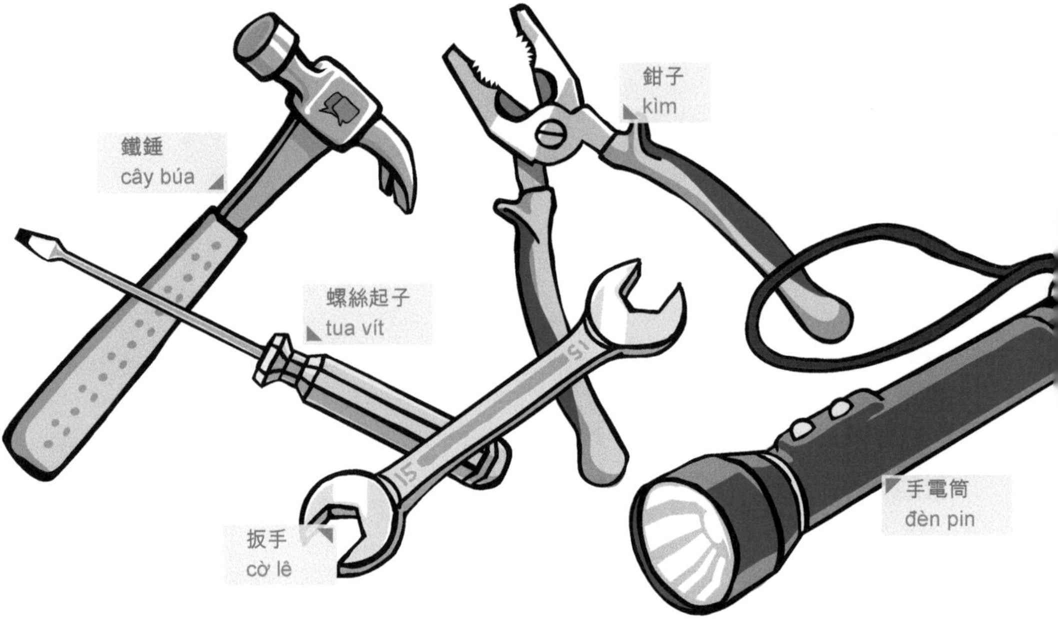

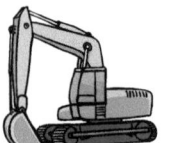

挖掘機

máy xúc đất

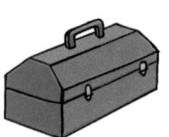

工具箱

hộp dụng cụ

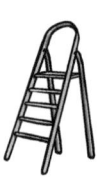

梯子

cái thang

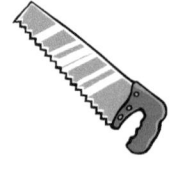

鋸子

cưa

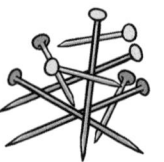

釘子

đinh

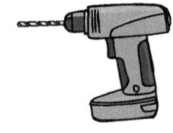

鑽機

máy khoan

修
sửa chữa

鏟子
cái xẻng

糟糕！
khốn nạn!

畚箕
cái hót rác

油漆桶
thùng sơn

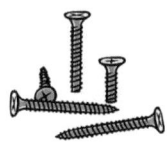

螺絲
vít

樂器

nhạc cụ

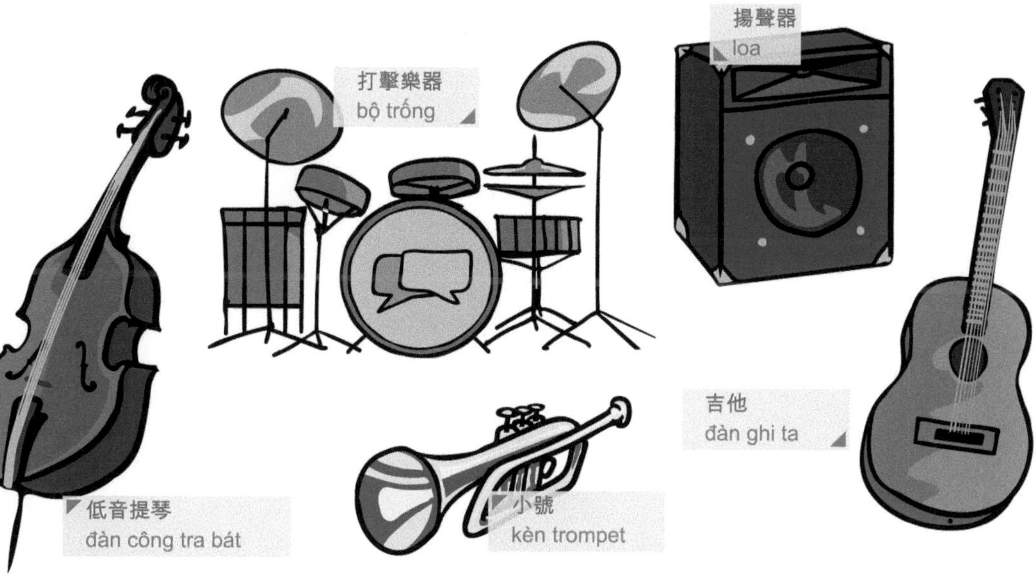

打擊樂器
bộ trống

揚聲器
loa

吉他
đàn ghi ta

低音提琴
đàn công tra bát

小號
kèn trompet

鋼琴

đàn piano

小提琴

đàn vĩ cầm

貝斯

ghi ta bass

定音鼓

trống định âm

鼓

trống

電子琴

đàn organ

薩克斯風

kèn Saxophone

長笛

sáo

麥克風

micro

動物園

vườn bách thú

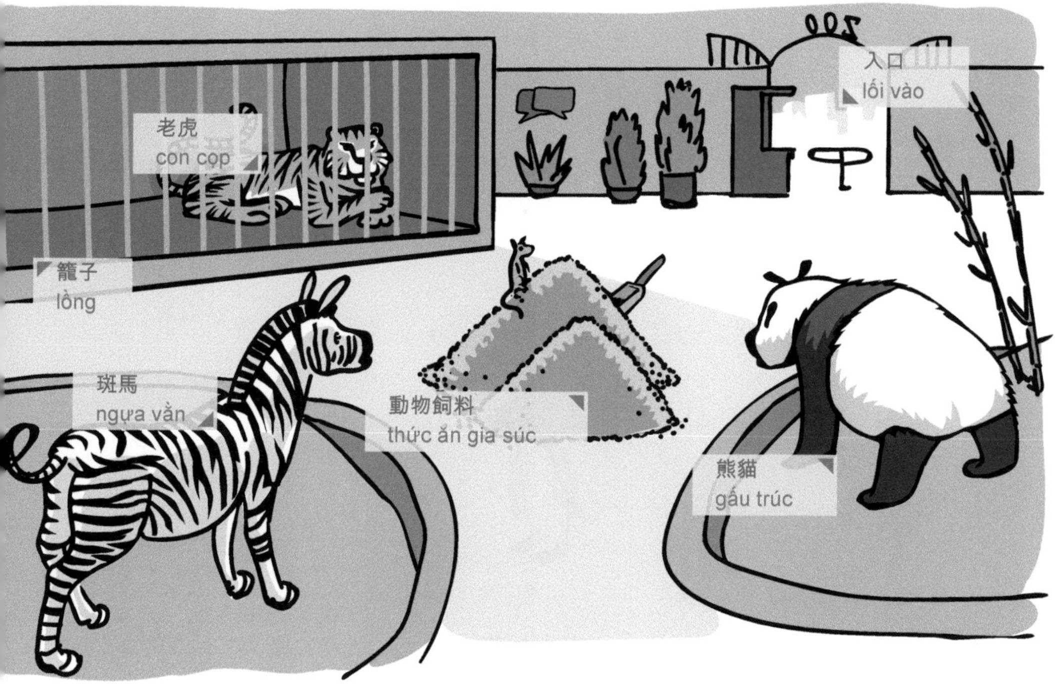

入口
lối vào
老虎
con cọp
籠子
lồng
斑馬
ngựa vằn
動物飼料
thức ăn gia súc
熊貓
gấu trúc

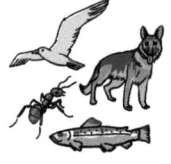

動物

động vật

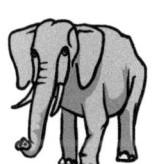

大象

con voi

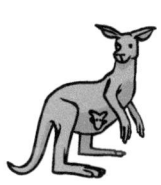

袋鼠

chuột túi

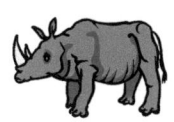

犀牛

tê giác

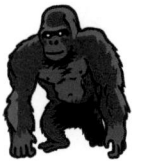

大猩猩

khỉ đột

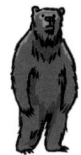

熊

con gấu

駱駝

lạc đà

鴕鳥

đà điểu

獅子

sư tử

猴子

con khỉ

紅鶴

hồng hạc

鸚鵡

con vẹt

北極熊

gấu bắc cực

企鵝

chim cánh cụt

鯊魚

cá mập

孔雀

con công

蛇

con rắn

鱷魚

cá sấu

動物園管理員

người trông giữ vườn bách
thú

海豹

hải cẩu

美洲豹

báo đốm

矮種馬

ngựa lùn

豹

con báo

河馬

hà mã

長頸鹿

hươu cao cổ

老鷹

đại bàng

野豬

heo rừng

魚

cá

龜

con rùa

海象

hải mã

狐狸

con cáo

羚羊

linh dương

橄欖球
bóng bầu dục Mỹ

騎腳踏車
đua xe đạp

網球
quần vợt

籃球
bóng rổ

游泳
bơi

冰球
khúc côn cầu trên băng

拳擊
đấm bốc

美式足球
bóng đá

羽毛球
cầu lông

田徑
điền kinh

手球
bóng ném

滑雪
trượt tuyết

馬球
polo

活動
các hoạt động

笑
cười
跳
nhảy
擁抱
ôm
走路
đi bộ
唱
ca hát
做夢
mơ
祈禱
cầu nguyện
親吻
hôn

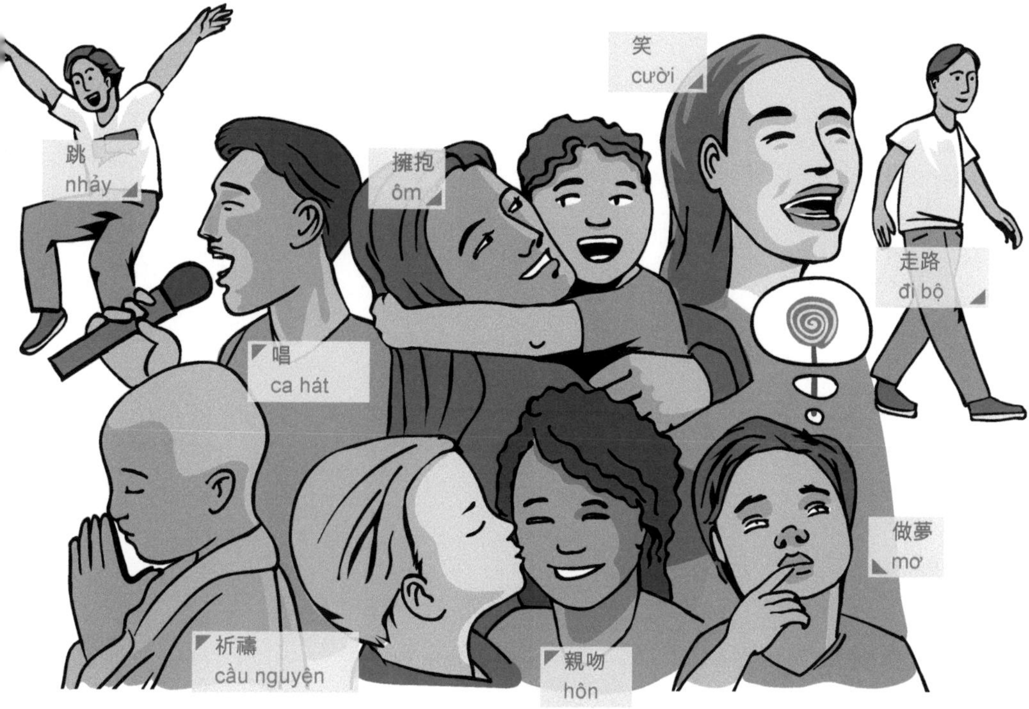

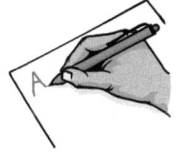

書寫
viết

畫
vẽ

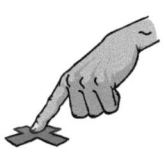

展示
chỉ trỏ

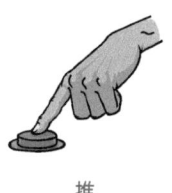

推
đẩy

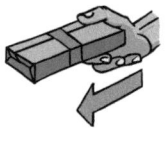

給
cho

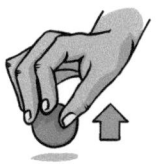

拿
lấy đi

有
có

做
làm

當
thì / là

站
đứng

跑
chạy

拉
kéo

丟
ném

摔倒
rơi

躺
nằm

等待
chờ đợi

攜帶
mang vác

坐
ngồi

穿衣
mặc quần áo

睡覺
ngủ

醒來
thức dậy

看
xem

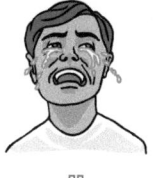

哭
khóc

擊
vuốt ve

梳頭
chải

交談
nói chuyện

明白
hiểu

問
câu hỏi

聽
nghe

喝
uống

吃
ăn

清理
dọn dẹp

愛
yêu

做飯
nấu nướng

開車
lái xe

飛
bay

航行

đi thuyền buồm

計算

tính toán

讀

đọc

學習

học

工作

làm việc

結婚

cưới

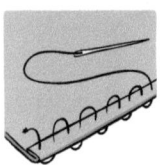

縫

khâu vá

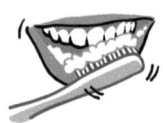

刷牙

đánh răng

殺

giết

抽菸

hút thuốc

寄

gửi đi

母
nội (ngoại)

祖父
ông nội (ngoại)

父親
cha

母親
mẹ

嬰兒
trẻ con

女兒
con gái

兒子
con trai

客人

khách

阿姨

cô (dì)

叔叔

chú, bác (cậu)

兄弟

anh (em) trai

姐妹

chị (em) gái

身體

cơ thể

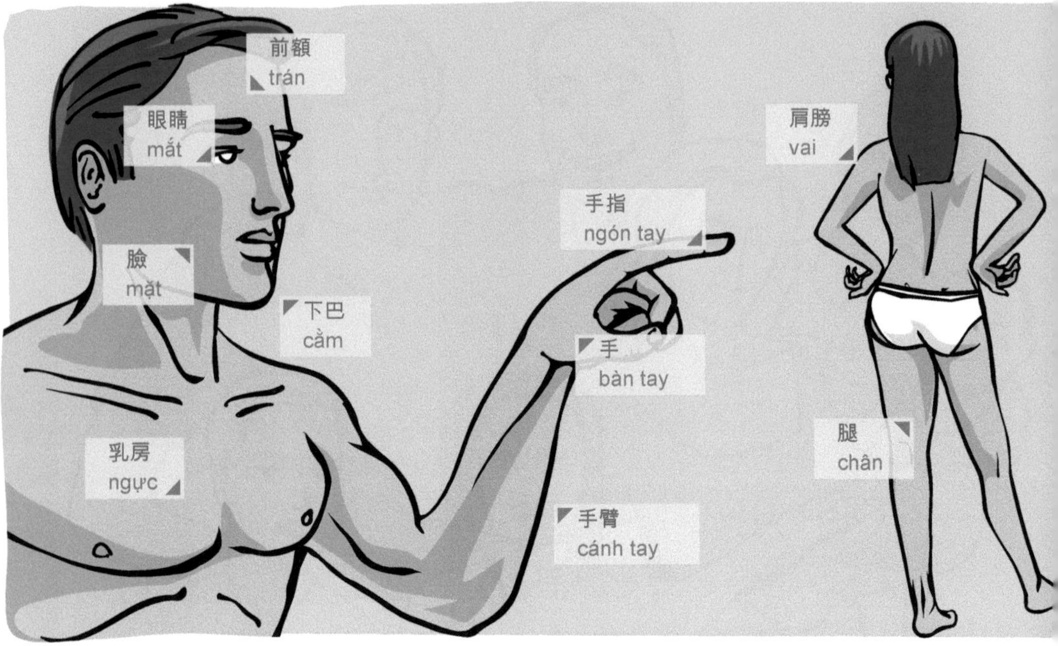

前額
trán
眼睛
mắt
臉
mặt
下巴
cằm
手指
ngón tay
手
bàn tay
乳房
ngực
手臂
cánh tay
肩膀
vai
腿
chân

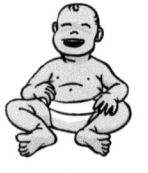

嬰兒

trẻ con

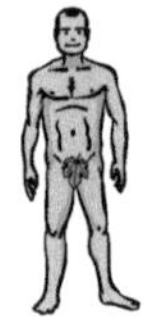

男人

đàn ông

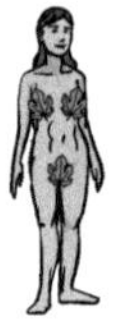

女人

phụ nữ

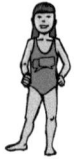

女孩

bé gái

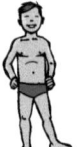

男孩

bé trai

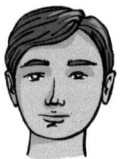

頭

đầu

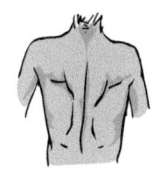

背部
lưng

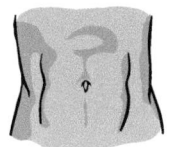

肚子
bụng

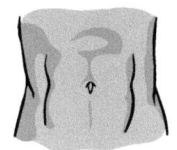

肚臍
rốn

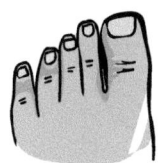

腳趾
ngón chân

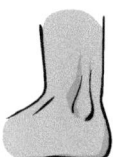

腳後跟
gót chân

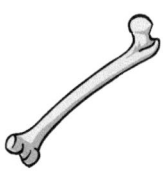

骨頭
xương

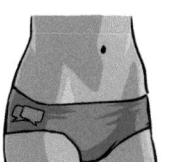

臀部
hông

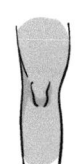

膝蓋
đầu gối

手肘
khuỷu tay

鼻子
mũi

屁股
mông

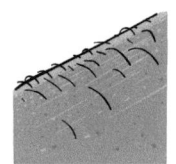

皮膚
da

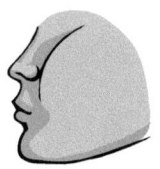

臉頰
má

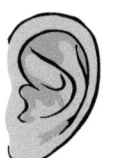

耳朵
tai

嘴唇
môi

嘴

miệng

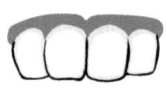

牙齒

răng

舌頭

lưỡi

腦

não

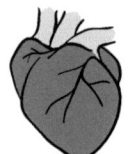

心臟

tim

肌肉

cơ bắp

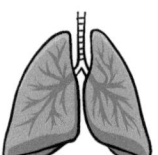

肺

phổi

肝臟

gan

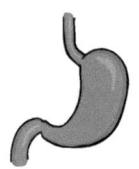

胃

dạ dày

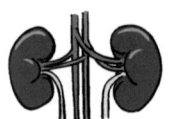

腎臟

thận

性交

giao hợp

保險套

bao cao su

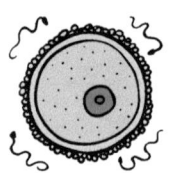

卵子

noãn

精子

tinh dịch

懷孕

mang thai

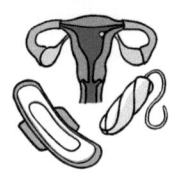

月事

kinh nguyệt

陰道

âm vật

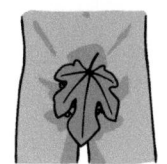

陰莖

dương vật

眉毛

lông mày

頭髮

tóc

脖子

cổ

醫院

bệnh viện

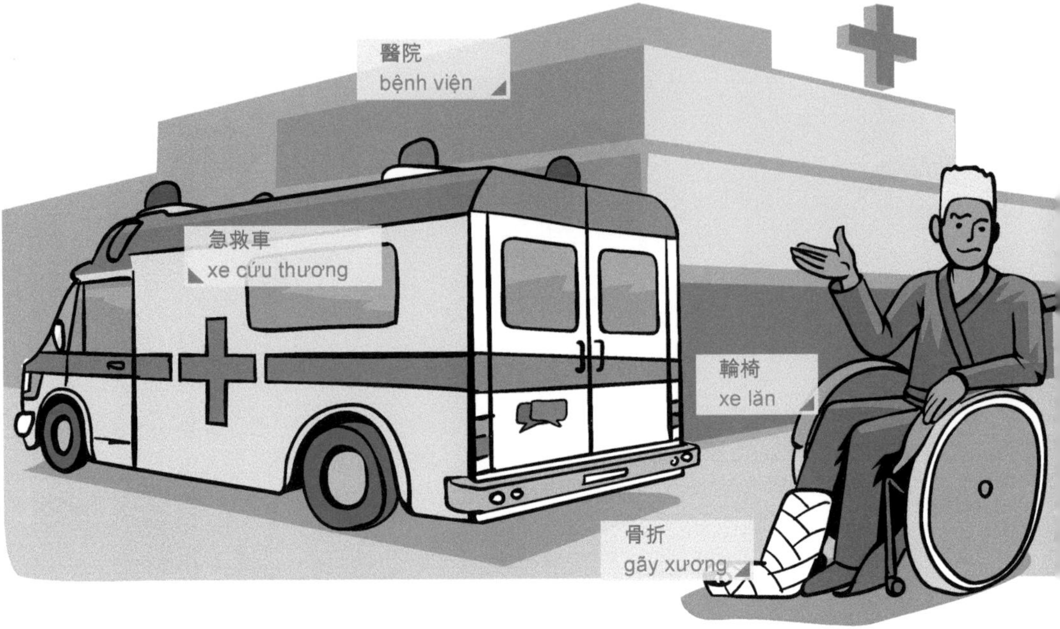

醫院
bệnh viện
急救車
xe cứu thương
輪椅
xe lăn
骨折
gãy xương

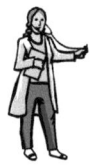

醫師

bác sĩ

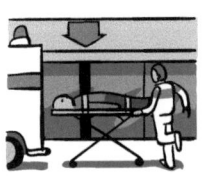

急診室

phòng cấp cứu

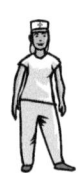

護理師

y tá

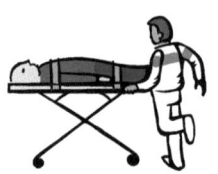

緊急情形

cấp cứu

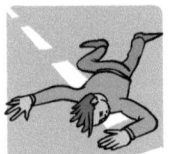

昏迷

bất tỉnh

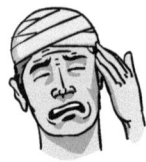

痛

cơn đau

受傷
bị thương

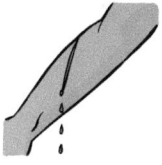

出血
chảy máu

心臟病發作
nhồi máu cơ tim

中風
đột quỵ

過敏
dị ứng

咳嗽
ho

發燒
sốt

流感
cúm

腹瀉
tiêu chảy

頭痛
đau đầu

癌症
ung thư

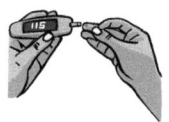

糖尿病
bệnh tiểu đường

外科醫師
bác sĩ phẫu thuật

手術刀
dao mổ

手術
giải phẫu

電腦斷層掃描

chụp cắt lớp

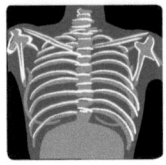

X光

chụp x-quang

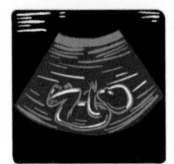

超音波

siêu âm

口罩

mặt nạ

疾病

bệnh

候診室

phòng đợi

拐杖

cái nạng

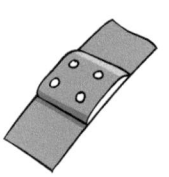

石膏

băng dán vết thương

繃帶

băng bó

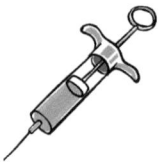

注射

tiêm thuốc

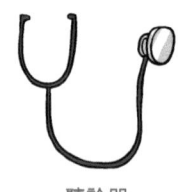

聽診器

ống nghe khám bệnh

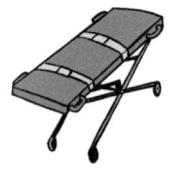

擔架

băng ca

體溫計

nhiệt kế

出生

sinh đẻ

超重

thừa cân

醫院 - bệnh viện

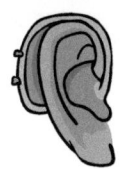

助聽器

máy trợ thính

消毒液

chất khử trùng

感染

nhiễm trùng

病毒

vi rút

愛滋病

HIV / AIDS

藥物

thuốc

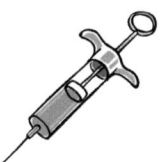

接種疫苗

tiêm chủng

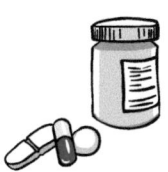

藥片

thuốc viên

藥丸

viên thuốc

急救電話

gọi cấp cứu

血壓計

máy đo huyết áp

生病/健康

bệnh / khỏe mạnh

救命 !

cứu!

警報

báo động

突擊

cuộc đột kích

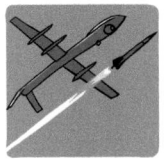

攻擊

sự tấn công

危險

mối nguy hiểm

緊急出口

lối thoát hiểm

失火了 !

cháy!

滅火器

bình chữa cháy

意外

tai nạn

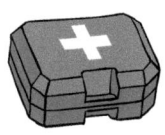

急救箱

bộ dụng cụ sơ cứu

呼救訊號

SOS

員警

cảnh sát

歐洲

châu Âu

北美洲

Bắc Mỹ

南美洲

Nam Mỹ

非洲

châu Phi

亞洲

châu Á

澳洲

châu Úc

大西洋

Đại Tây Dương

太平洋

Thái Bình Dương

印度洋

Ấn Độ Dương

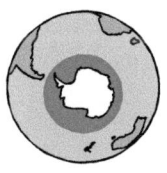

南冰洋

Nam Cực Dương

北冰洋

Bắc Băng Dương

北極

bắc cực

南極

nam cực

南極洲

nam cực

地球

trái đất

陸地

đất liền

海

biển

島

đảo

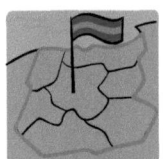

國家

quốc gia

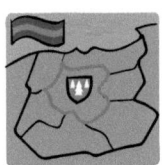

州

nhà nước

錶盤

mặt đồng hồ

時針

kim chỉ giờ

分針

kim chỉ phút

秒針

kim chỉ giây

現在幾點？

Bây giờ là mấy giờ?

天

ngày

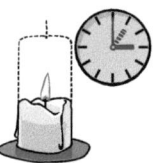

時間

thời gian

現在

bây giờ

電子錶

đồng hồ điện tử

分

phút

時

giờ

週
tuần lễ

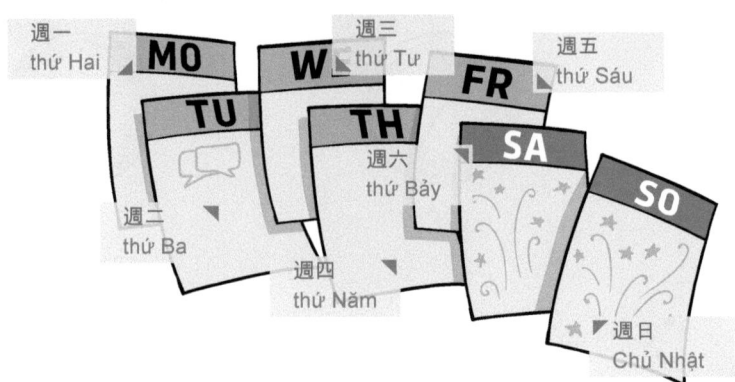

週一
thứ Hai

MO

TU

週二
thứ Ba

週三
thứ Tư

W

TH

週四
thứ Năm

週五
thứ Sáu

FR

SA

週六
thứ Bảy

SO

週日
Chủ Nhật

昨天
....
hôm qua

今天
....
hôm nay

明天
....
ngày mai

早晨
....
buổi sáng

中午
....
buổi trưa

晚上
....
buổi tối

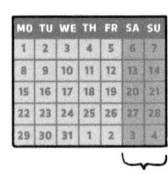

工作日
....
ngày làm việc

週末
....
cuối tuần

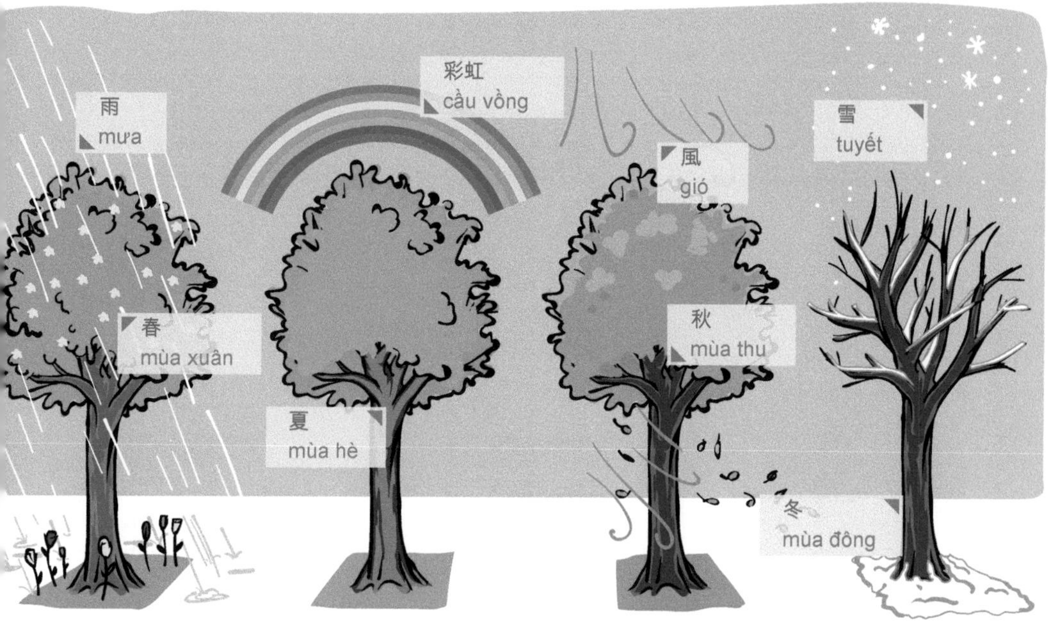

雨
mưa
彩虹
cầu vồng
風
gió
雪
tuyết
春
mùa xuân
夏
mùa hè
秋
mùa thu
冬
mùa đông

4.APRIL 11°
5.APRIL 4°
6.APRIL 13°
7.APRIL 8°
8.APRIL 10°

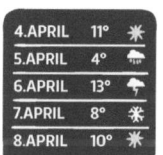

天氣預告

dự báo thời tiết

F C
120 40
90 30
60 20
30 10
0 0
-30 -10
-20

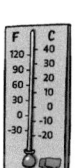

溫度計

nhiệt kế

陽光

ánh nắng

雲

mây

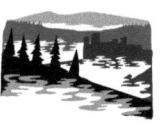

霧

sương mù

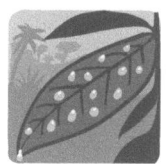

潮濕

độ ẩm không khí

閃電
tia chớp

打雷
sấm sét

風暴
cơn bão

冰雹
mưa đá

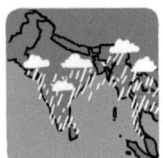

季風
gió mùa

洪水
lũ lụt

冰
nước đá

一月
tháng Một

二月
tháng Hai

三月
tháng Ba

四月
tháng Tư

五月
tháng Năm

六月
tháng Sáu

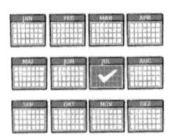

七月
tháng Bảy

八月
tháng Tám

年 - năm

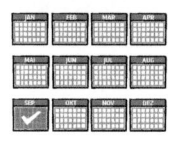

九月

tháng Chín

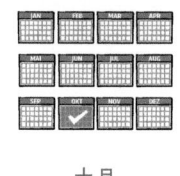

十月

tháng Mười

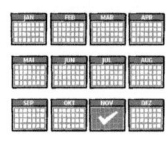

十一月

tháng Mười Một

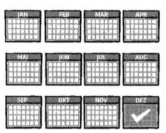

十二月

tháng Mười Hai

形狀
hình dạng

圓形

hình tròn

正方形

hình vuông

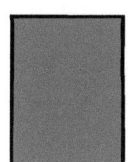

長方形

hình chữ nhật

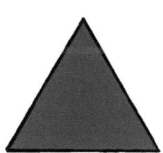

三角形

hình tam giác

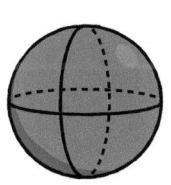

球體

hình cầu

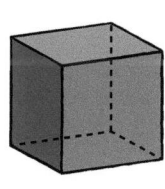

立方體

khối vuông

白
màu trắng

黃
màu vàng

橙
màu cam

粉
màu hồng

紅
màu đỏ

紫
màu tím

藍
màu xanh dương

綠
màu xanh lá cây

棕
màu nâu

灰
màu xám

黑
màu đen

很多/少許

nhiều / ít

生氣/平靜

tức tối / điềm tĩnh

美/醜

xinh đẹp / xấu xí

首/尾

bắt đầu / kết thúc

大/小

to / nhỏ

明/暗

sáng / tối

兄弟/姐妹

nh (em) trai / chị (em) gái

乾淨/骯髒

sạch / bẩn

完整/缺失

đủ / thiếu

白天/晚上

ngày / đêm

死/生

chết / sống

寬/窄

rộng / chật hẹp

可食用/非食用

ăn được / không ăn được

邪惡/善良

ác / tử tế

興奮/無聊

hào hứng / chán nản

胖/瘦

béo / gầy

第一/最後

đầu tiên / cuối cùng

朋友/敵人

bạn / thù

滿/空

đầy / rỗng

硬/軟

cứng / mềm

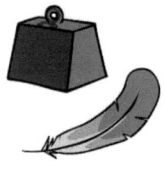

重/輕

nặng / nhẹ

餓/渴

đói / khát

生病/健康

bệnh / khỏe mạnh

非法/合法

bất hợp pháp / hợp pháp

聰明/愚笨

thông minh / ngu

左/右

trái / phải

近/遠

gần / xa

反義詞 - đối lập

新/舊
....
mới / cũ

沒有/有些
....
không có gì cả / có cái gì đó

老/幼
....
già / trẻ

開/關
....
bật / tắc

打開/闔上
....
mở / đóng

安靜/吵鬧
....
im lặng / ồn ào

富/窮
....
giàu / nghèo

對/錯
....
đúng / sai

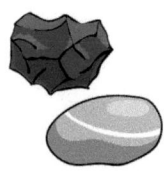

粗糙/光滑
....
sần sùi / mịn màng

傷心/高興
....
buồn / vui

短/長
....
ngắn / dài

慢/快
....
chậm / nhanh

濕/乾
....
ẩm ướt / khô ráo

溫暖/涼爽
....
ấm áp / mát mẻ

戰爭/和平
....
chiến tranh / hòa bình

0

零
······
số không

1

一
······
một

2

二
······
hai

3

三
······
ba

4

四
······
bốn

5

五
······
năm

6

六
······
sáu

7

七
······
bảy

8

八
······
tám

9

九
······
chín

10

十
······
mười

11

十一
······
mười một

12
十二
mười hai

13
十三
mười ba

14
十四
mười bốn

15
十五
mười lăm

16
十六
mười sáu

17
十七
mười bảy

18
十八
mười tám

19
十九
mười chín

20
二十
hai mươi

100
百
một trăm

1.000
千
một ngàn

1.000.000
百萬
một triệu

語言
các ngôn ngữ

英語

tiếng Anh

美式英語

tiếng Anh Mỹ

普通話

tiếng Quan Thoại

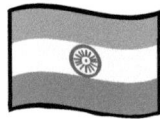

印地語

tiếng Hin-đi

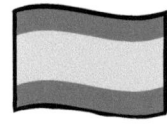

西班牙語

tiếng Tây Ban Nha

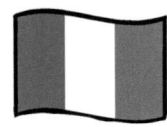

法語

tiếng Pháp

阿拉伯語

tiếng Ả-rập

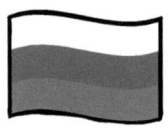

俄語

tiếng Nga

葡萄牙語

tiếng Bồ Đào Nha

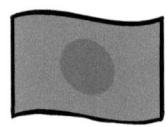

孟加拉語

tiếng Bengal

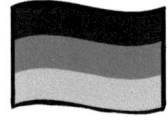

德語

tiếng Đức

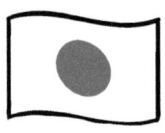

日語

tiếng Nhật

我
tôi

你
bạn

他/她/它
anh ta / cô ta / nó

我們
chúng tôi

你們
các bạn

他們
họ

誰？
ai?

什麼？
cái gì?

如何？
như thế nào?

何處？
ở đâu?

何時？
lúc nào?

名字
tên

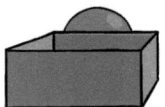

後面

phía sau

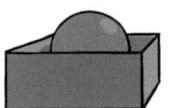

裡面

ở trong

前面

phía trước

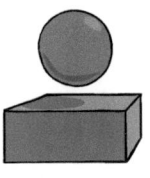

上方

phía trên

上面

ở trên

下麵

ở dưới

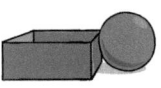

旁邊

bên cạnh

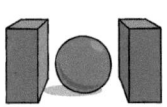

中間

ở giữa

地點

chỗ